ትምህርት ቤት - school 2
ጉዞ - travel 5
መጓጓዣ - transport 8
ከተማ - city 10
መልከዓምድር - landscape 14
ምግብ ቤት - restaurant 17
የሸቀጣ ሸቀጥ መደብር - supermarket 20
መጠጦች - drinks 22
ምግብ - food 23
እርሻ - farm 27
ቤት - house 31
ሳሎን - living room 33
ማድቤት - kitchen 35
መታጠቢያ ቤት - bathroom 38
የልጅ ክፍል - child's room 42
አልባሳት - clothing 44
ቢሮ - office 49
ኢኮኖሚ - economy 51
የስራ ሙያዎች - occupations 53
መሳሪያዎች - tools 56
የሙዚቃ መሳሪያዎች - musical instruments 57
የደር እንስሳት ማቆያ - zoo 59
የስፖርት አይነቶች - sports 62
እንቅስቃሴዎች - activities 63
ቤተሰብ - family 67
አካል - body 68
ሆስፒታል - hospital 72
ድንገተኛ - emergency 76
ምድር - Earth 77
ሰዓት - clock 79
ሳምንት - week 80
ዓመት - year 81
ቅርፆች - shapes 83
ቀለማት - colours 84
ተቃራኒዎች - opposites 85
ቁጥሮች - numbers 88
ቋንቋዎች - languages 90
ማን/ ምን/ እንዴት - who / what / how 91
የት - where 92

Impressum
Verlag: BABADADA GmbH, Nedderfeld 112 , 22529 Hamburg
Geschäftsführer / Verlagsleitung: Harald Hof
Druck: Books on Demand GmbH, In de Tarpen 42, 22848 Norderstedt

Imprint
Publisher: BABADADA GmbH, Nedderfeld 112 , 22529 Hamburg, Germany
Managing Director / Publishing direction: Harald Hof
Print: Books on Demand GmbH, In de Tarpen 42, 22848 Norderstedt

1

ትምህርት ቤት

school

መማሪያ ክፍል
classroom
ማካፈል
divide
186/2
ሰሌዳ
board
የትምህርት ቤት ቅጥር ግቢ
መምህር
teacher
ወረቀት
paper
መፃፍ
write
pen
መፃፊያ ጠረጴዛ
desk
ማስመሪያ
ruler
መጽሐፍ
book
ተማሪ
pupil

የጀርባ ቦርሳ

satchel

የእርሳስ መያዣ

pencil case

እርሳስ

pencil

የእርሳስ መቅረጫ

pencil sharpener

ላጲስ

rubber

የስዕል ደብተር

drawing pad

ስዕል
drawing

የቀለም ብሩሽ
paintbrush

የቀለም ሳጥን
paint box

መቀስ
scissors

ማጣበቂያ
glue

መልመጃ ደብተር
exercise book

የቤት ስራ
homework

12

ቁጥር
number

2+2

መደመር
add

5-2

መቀነስ
subtract

2×2

ማባዛት
multiply

ቁጥሮችን ማስላት
calculate

A

ደብዳቤ
letter

ABCDEFG
HIJKLMN
OPQRSTU
VWXYZ

ፊደላት
alphabet

hello

ቃል
word

ፅሑፍ

text

ማንበብ

read

ጠመኔ

chalk

ትምህርት

lesson

ምዝገባ

register

ፈተና

exam

ሰርተፊኬት

certificate

ትምህርት ቤት ደንብ ልብስ

school uniform

ትምህርት

education

አዉደ ጥበብ

encyclopedia

ዩኒቨርስቲ

university

ምርምር አጉሊ መሳርያ

microscope

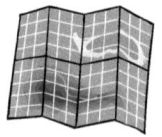

ካርታ

map

ቆሻሻ ወረቀት መጣያ ቅርጫት

waste-paper basket

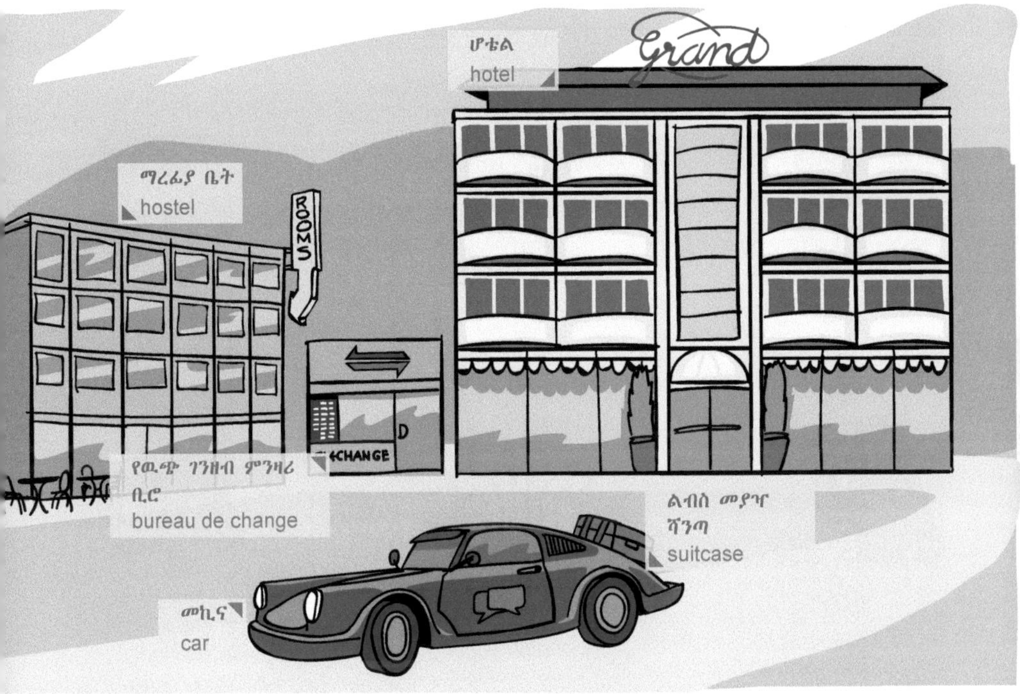

ሆቴል
hotel
Grand
ማረፊያ ቤት
hostel
ROOMS
CHANGE
የዉጭ ገንዘብ ምንዛሪ ቢሮ
bureau de change
ልብስ መያዣ ሻንጣ
suitcase
መኪና
car

ቋንቋ
....
language

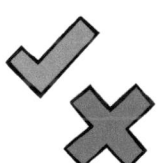

አዎ/ አይደለም
....
yes / no

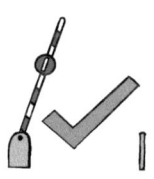

እሺ
....
Okay

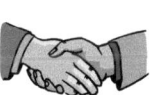

ሰላም
....
hello

አስተርጓሚ
....
translator

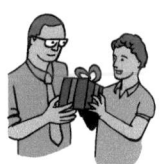

አመሰግናለሁ
....
Thank you

ስንት ነዉ.......?

how much is...?

አልገባኝም

I do not understand

እክል

problem

እንደምን አመሹ!

Good evening!

እንደምን አደሩ!

Good morning!

መልካም ምሽት!

Good night!

ደህና ይሰንብቱ

bye bye

አቅጣጫ

direction

ሻንጣ

luggage

ቦርሳ

bag

የጀርባ ቦርሳ

backpack

እንግዳ

guest

ክፍል

room

የመተኛ ቦርሳ

sleeping bag

ድንኳን

tent

የጎብኚዎች መረጃ

tourist information

የባህር ዳርቻ

beach

ክሬዲት ካርድ

credit card

ቁርስ

breakfast

ምሳ

lunch

እራት

dinner

ቲኬት

ticket

አሳንሰር

lift

ማህተም

stamp

ድንበር

border

ባህሎች

customs

ኤምባሲ

embassy

ቪዛ/የይለፍ ወረቀት

visa

ፓስፖርት

passport

መጓጓዣ

transport

አዉሮፕላን
aeroplane
መርከብ
ship
የእሳት አደጋ መኪና
fire engine
አዉቶብስ
bus
የጭነት መኪና
truck
የሞተር ጀልባ
motorboat
ብስክሌት
bike
መኪና
car

የማመላለሻ ጀልባ

ferry

ጀልባ

boat

የሞተር ብስክሌት

motorbike

የፖሊስ መኪና

police car

የዉድድር መኪና

racing car

የኪራይ መኪና

rental car

የመኪና መጋራት

car sharing

ጎታች መኪና

breakdown truck

የቆሻሻ ጭነት መኪና

refuse truck

ሞተር

motor

ነዳጅ

fuel

የቤንዚን ማደያ

petrol station

የመንገድ ምልክት

traffic sign

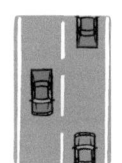

የመኪኖች እንቅስቃሴ

traffic

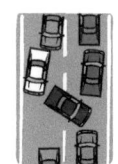

የመኪና መጨናነቅ

traffic jam

የመኪና ማቆሚያ

car park

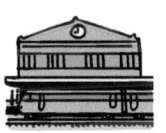

የባቡር ጣቢያ

train station

የባቡር ሀዲዶች

tracks

ባቡር

train

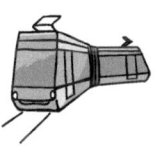

የኤሌክትሪክ ባቡር

tram

ሰረገላ

carriage

ሄሊኮፕተር

helicopter

አየር ማረፊያ

airport

ማማ

tower

መንገደኛ

passenger

ማስቀመጫ፤ ማጠራቀሚያ

container

ካርቶን እቃ ማሸጊያ

carton

ጋሪ፤ ተሳቢ

cart

ቅርጫት

basket

መነሳት/ ማረፍ

take off / land

ከተማ

city

መንደር

village

የከተማ ማዕከል

city centre

ቤት

house

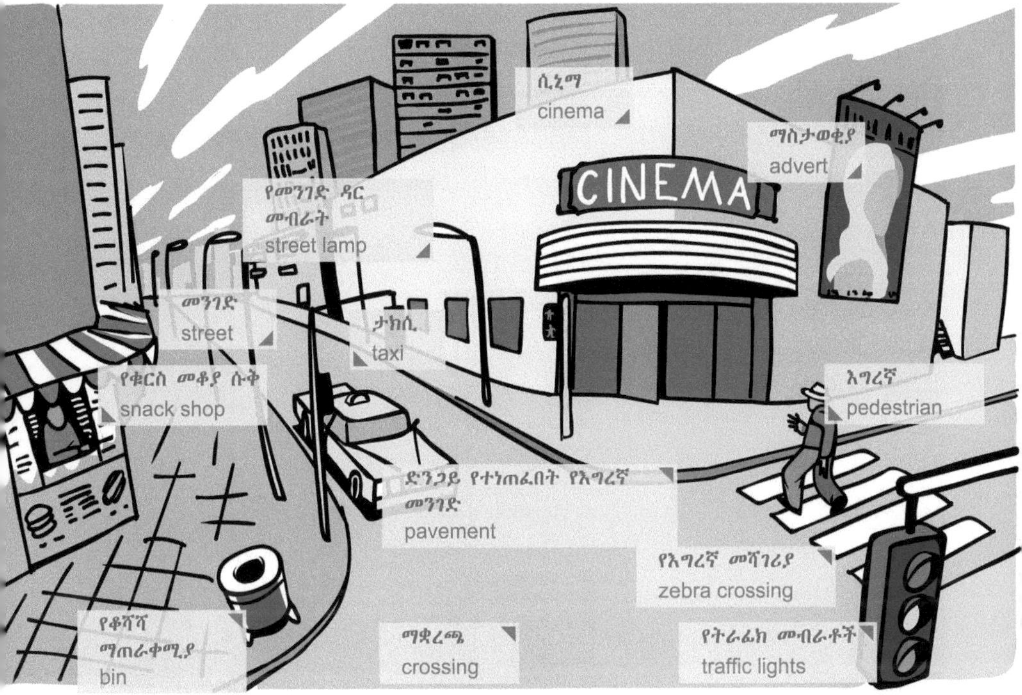

ሲኒማ
cinema
CINEMA
ማስታወቂያ
advert
የመንገድ ዳር መብራት
street lamp
መንገድ
street
ታክሲ
taxi
የቁርስ መቆያ ሱቅ
snack shop
እግረኛ
pedestrian
ድንጋይ የተነጠፈበት የእግረኛ መንገድ
pavement
የእግረኛ መሻገሪያ
zebra crossing
የቆሻሻ ማጠራቀሚያ
bin
ማቋረጫ
crossing
የትራፊክ መብራቶች
traffic lights

ጎጆ

hut

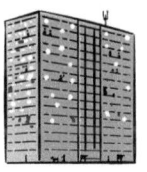

አፓርታማ

flat

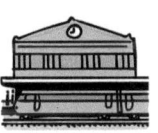

የባቡር ጣቢያ

train station

የከተማ አዳራሽ

town hall

ቤተ መዘክር

museum

ትምህርት ቤት

school

ዩኒቨርስቲ

university

ባንክ

bank

ሆስፒታል

hospital

ሆቴል

hotel

መድሐኒት ቤት

pharmacy

ቢሮ

office

መፅሐፍ መሸጫ

book shop

ሱቅ

shop

የአበባ መሸጫ

florist's

የሸቀጣ ሸቀጥ መደብር

supermarket

ገበያ ስፍራ

market

መደብር

department store

የዓሳ ነጋዴ

fishmonger's

የገበያ ማዕከል

shopping centre

ወደብ

harbour

መናፈሻ ቦታ
park

አግዳሚ ወንበር
bench

ድልድይ
bridge

ደረጃዎች
stairs

ዉስጥ ለዉስጥ
underground

ዋሻ
tunnel

የአዉቶቡስ ፌርማታ
bus stop

ባር
bar

ምግብ ቤት
restaurant

የፖስታ ሳጥን
postbox

የመንገድ ምልክት
street sign

የመኪና ማቆሚያ ሒሳብ የሚያሰላ
ማሽን
parking meter

የደር እንስሳት ማቆያ
zoo

የመዋኛ ገንዳ
swimming pool

መስጊድ
mosque

እርሻ

farm

የሚበክል ነገር

pollution

መቃብር ስፍራ

graveyard

ቤተ ክርስቲያን

church

መጫወቻ ሜዳ

playground

ቤተ መቅደስ

temple

መልከዓምድር

landscape

ቅጠል
leaf

የመንገድ ላይ ምልክት
signpost

መንገድ
way

አረንጓዴ መስክ
meadow

ድንጋይ
stone

ዛፍ
tree

በእግሩ የሚጓዝ
hiker

ወንዝ
river

ሳር
grass

አበባ
flower

ሸለቆ

valley

ኮረብታ

hill

ሀይቅ

lake

ጫካ

forest

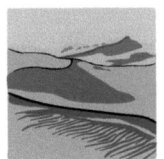

በረሃ

desert

እሳተ ገሞራ

volcano

ግምብ

castle

ቀስተ ዳመና

rainbow

እንጉዳይ

mushroom

የቴምብር ዛፍ/ ዘንባባ

palm tree

ቢንቢ/ የወባ ትንኝ

mosquito

በራሪ

fly

ጉንዳን

ant

ንብ

bee

ሸረሪት

spider

ጢንዚዛ

....

beetle

እንቁራሪት

....

frog

ሽኮኮ

....

squirrel

ጃርት

....

hedgehog

ጥንቸል

....

hare

ጉጉት ወፍ

....

owl

ወፍ

....

bird

የዉሃ ዳክዬ

....

swan

ከርከሮ

....

boar

አጋዘን

....

deer

አጋዘን

....

moose

ግድብ

....

dam

በነፋስ የሚሽከረከር

....

wind turbine

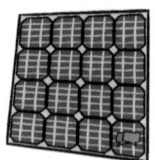

የፀሀይ ፓኔሎ

....

solar panel

አየር ንብረት

....

climate

ምግብ ቤት
restaurant

አስተናጋጅ
waiter
ማዉጫ
menu
ወንበር
chair
ሾርባ
soup
ፒዛ
pizza
መክተፊያ
cutlery
የጠረጴዛ ጨርቅ
tablecloth

የምግብ ፍላጎትን የሚከፍት ምግብ
starter

ዋና ምግብ
main course

ማጣጣሚያ ተከታይ ምግብ
dessert

መጠጦች
drinks

ምግብ
food

ጠርሙስ
bottle

ፈጣን ምግብ

fast food

የመንገድ ምግብ

street food

የሻይ ማንቆርቆሪያ

teapot

የስኳር እቃ

sugar bowl.

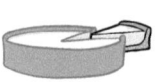

ድርሻ

portion

የቡና ማፊያ ማሽን

espresso machine

ባለጌ ወንበር

high chair

የክፍያ ደረሰኝ

bill

ትሪ

tray

ቢላዋ

knife

ሹካ

fork

ማንኪያ

spoon

የሻይ ማንኪያ

teaspoon

ልብስ ምግብ እንዳይነካ የሚረዳ

ጨርቅ

serviette

ብርጭቆ

glass

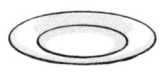

ዝርግ ሰሀን

plate

የሾርባ ጎድጓዳ ሰሀን

soup plate

የስኒ ማስቀመጫ

saucer

ማጣፈጫ ስጎ

sauce

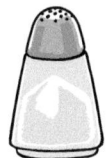

የጨዉ እቃ

salt pot

የተፈጨ ቃሪያ

pepper mill

ኮምጣጤ

vinegar

የምግብ ዘይት

oil

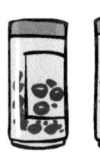

ቀመማ ቅመሞች

spices

የቲማቲም ድልህ

ketchup

ሰናፍጭ

mustard

ማዮኒዝ

mayonnaise

የሸቀጣ ሸቀጥ መደብር

supermarket

ልዩ አቅራቦት
special offer
FOR
ደምበኛ
customer
የወተት ተዋፅዖ
dairy
ፍራፍሬ
fruit
ባለ ጎማ የእጅ ጋሪ
trolley

ሉካንዳ ነጋዴ

butcher´s

መጋገርያ

baker´s

ክብደት መመዘን

weigh

ቅጠላ ቅጠል አትክልት

vegetables

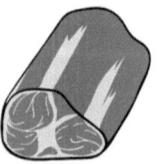

ስጋ

meat

የቀዘቀዘ/የረጋ ምግብ

frozen food

ቀዝቃዛ ቁራጭ

cold meat

የታሸገ ምግብ

tinned food

የማጠቢያ ዱቄት

washing powder

ጣፋጮች

sweets

የቤት ዉስጥ ዉጤቶች

household products

የፅዳት ምርቶች

cleaning products

የሽያጭ ባለሙያ

salesperson

የገንዘብ መመዝቢያ ማሽን

till

የሒሳብ ሰራተኛ

cashier

የግዢ ዝርዝር

shopping list

ክፍት ሰዓታት

opening hours

የኪስ ቦርሳ

wallet

ክሬዲት ካርድ

credit card

ቦርሳ

bag

የፕላስቲክ ቦርሳ

plastic bag

መጠጦች

drinks

ውሃ

water

ጭማቂ

juice

ወተት

milk

ኮካ-ኮላ

coke

ወይን

wine

ቢራ

beer

አልኮል

alcohol

ኮካ

cocoa

ሻይ

tea

ቡና

coffee

የተፈላ ቡና

espresso

ካፑቺኖ

cappuccino

ሙዝ

banana

ፖም

apple

ብርቱካን

orange

ሀብሀብ

melon

ሎሚ

lemon

ካሮት

carrot

ነጭ ሽንኩርት

garlic

ሸምበቆ

bamboo

ቀይ ሽንኩርት

onion

እንጉዳይ

mushroom

ለዉዝ

nuts

የህፃናት ምግብ

noodles

ፓስታ

spaghetti

ሩዝ

rice

ሰላጣ

salad

የድንች ጥብስ

chips

ድንች ጥብስ

fried potatoes

ፒዛ

pizza

ዳቦ ዉስጥ በስሱ ተጠብሶ የገባ ስጋ

hamburger

ሳንድዊች

sandwich

ጥሬ ስጋ

cutlet

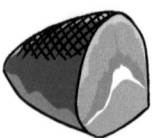

የአሳማ ስጋ

ham

በቅመምና በጨዉ የታሸ ምግብ ቀዝቅዞ የሚበላ ሾርባ ምግብ

salami

ቋሊማ

sausage

ዶሮ

chicken

ጥብስ

roast

አሳ

fish

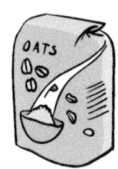

የአጃ ገንፎ

porridge oats

ከወተት ጋር ተደባልቀዉ የሚበሉ
¨ምግቦች¨

muesli

የበቆሎ ቅርፊት

cornflakes

ዱቄት

flour

ኩራሳ

croissant

ድብልብል ዳቦ

bread roll

ዳቦ

bread

መጥበስ

toast

ብስኩት

biscuits

ቅቤ

butter

እርጎ

curd

ኬክ

cake

እንቁላል

egg

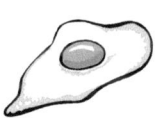

እንቁላል ጥብስ

fried egg

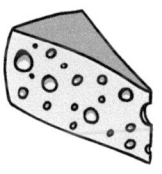

አይብ

cheese

የበረዶ ክሬም

ice cream

ስኳር

sugar

ማር

honey

ማርማላት

jam

የተናጠ የወተት ክሬም

chocolate spread

ማጣፈጫ

curry

እርሻ

farm

የገበሬ ቤት
farmhouse
የእህልና የከብት ማቀመጫ ቤት
barn
straw bale
ሜዳ
field
ፈረስ
horse
ተሳቢ መኪና
trailer
የእርሻ መኪና
tractor
የፈረስ ውርንጭላ
foal
አህያ
donkey
በግ
sheep
የበግ ጠቦት
lamb

ፍየል

goat

ላም

cow

ጥጃ

calf

አሳማ

pig

ግልገል አሳማ

piglet

ኮርማ

bull

ዝይ
....
goose

ዳክዬ
....
duck

የዶሮ ጫጩት
....
chick

ዶር
....
hen

አዉራ ዶሮ
....
cock

አይጥ
....
rat

ደድመት
....
cat

አይጥ
....
mouse

በሬ
....
ox

ዉሻ
....
dog

የዉሻ ቤት
....
doghouse

የአትክልት ቦታ
....
garden hose

ዉሃ ማጠጫ ባልዲ
....
watering can

ረጅም ማጭድ
....
scythe

ማረሻ
....
plough

ማጭድ

sickle

መኮትኮቻ

hoe

የእህል መንሽ

pitchfork

መጥረቢያ

axe

ኩርኩር/ የእጅ ጋሪ

wheelbarrow

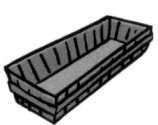

ገንዳ

trough

የወተት ዕቃ

milk can

ጆንያ ከረጢት

sack

አጥር

fence

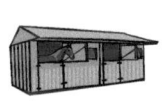

የፈረስ ጋጣ

stable

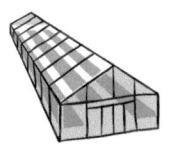

ዕፅዋት ማሳደጊያ የመስታዉት ቤት

greenhouse

አፈር

soil

ዘር

seed

የመሬት ማዳበሪያ

fertilizer

ጥምር ማረሻ

combine harvester

እርሻ - farm

29

አዝመራ መሰብሰብ

harvest

አዝመራ

harvest

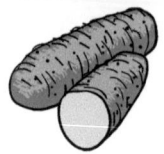

ድንች

yams

ስንዴ

wheat

ሶያ

soy

ድንች

potato

በቆሎ

corn

የከብት መኖ

rapeseed

የፍሬ ዛፍ

fruit tree

የካሳቫ ዛፍ

cassava

እህል

cereals

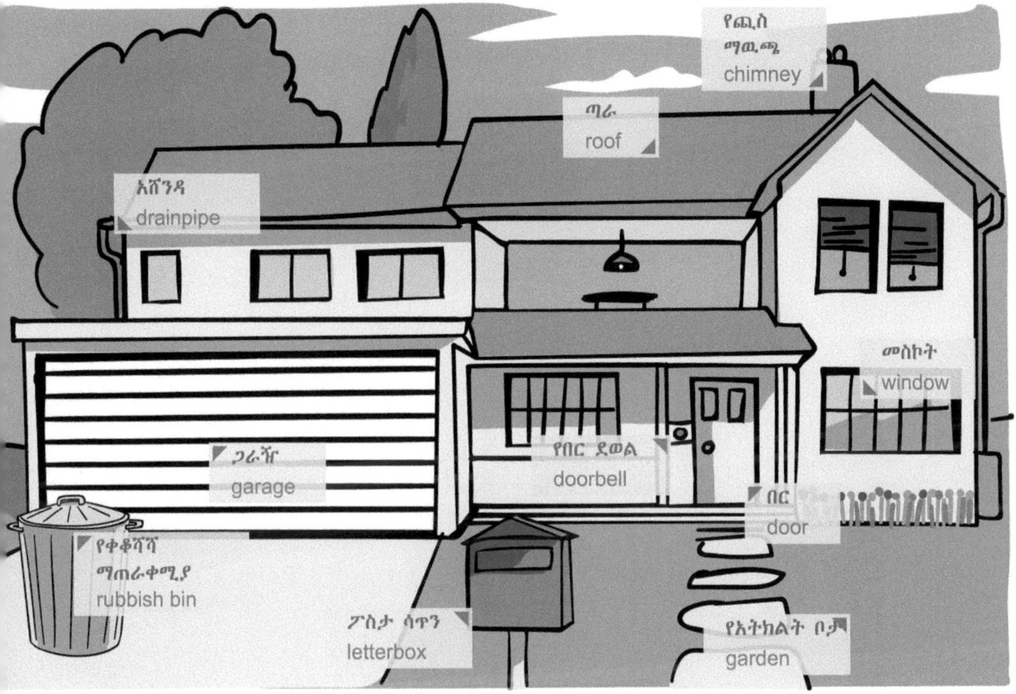

የጪስ ማዉጫ
chimney

ጣራ
roof

አሸንዳ
drainpipe

መስኮት
window

ጋራዥ
garage

የበር ደወል
doorbell

በር
door

የቆሻሻ ማጠራቀሚያ
rubbish bin

ፖስታ ሳጥን
letterbox

የአትክልት ቦታ
garden

ሳሎን

living room

መታጠቢያ ቤት

bathroom

ማድቤት

kitchen

መኝታ ቤት

bedroom

የልጅ ክፍል

child's room

መመገቢያ ክፍል

dining room

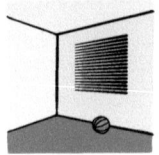

ወለል

floor

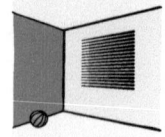

ግድግዳ

wall

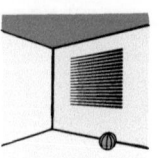

ጣሪያ

ceiling

ምድር ቤት

cellar

በእንፋሎት ሙቀት መታጠቢያ ቤት

sauna

ሰገነት

balcony

ከፍ ያለ መደብ

terrace

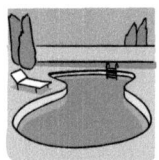

የመዋኛ ገንዳ

pool

የማጨጃ መኪና

lawn mower

አንሶላ

sheet

የአልጋ ልብስ

bedspread

አልጋ

bed

መጥረጊያ

broom

ባልዲ

bucket

ማብሪያና ማጥፊያ

switch

ሳሎን

living room

የግድግዳ ወረቀት
wallpaper
ፎቶ
picture
መብራት
lamp
መደርደሪያ
shelf
ቁም ሳጥን፤ ካቢኔ
cupboard
television
የእሳት መሞቂያ
fireplace
አበባ
flower
ትራስ
cushion
ሶፋ
sofa
የአበባ ማስቀመጫ
vase
ሪሞት ኮንትሮል
remote control

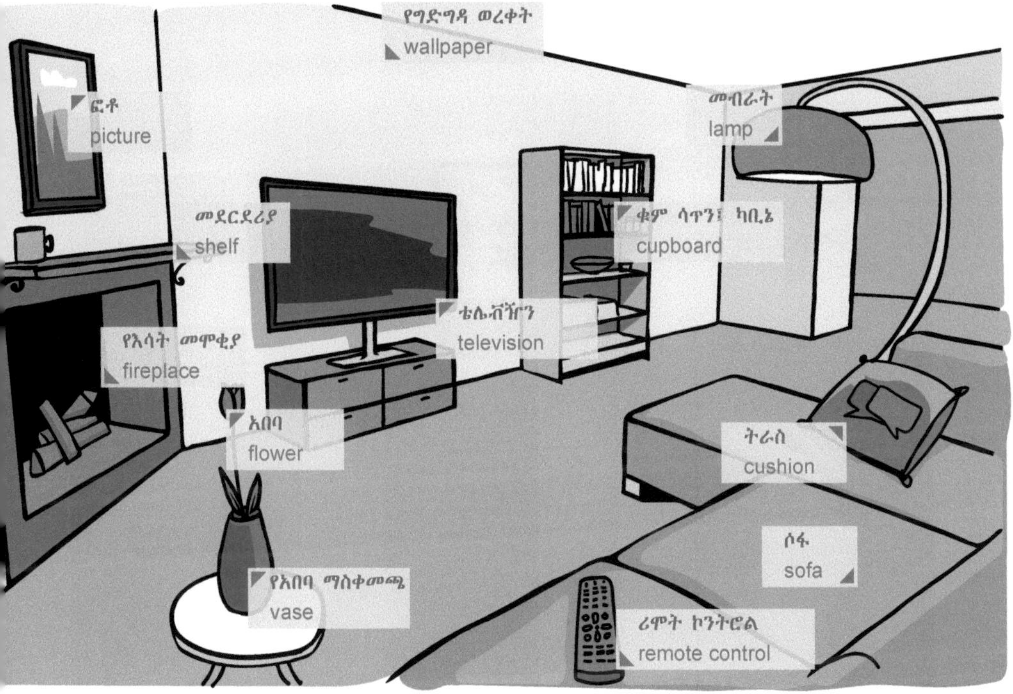

ንጣፍ

carpet

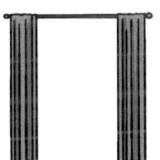

መጋረጃ

curtain

ጠረጴዛ

table

ወንበር

chair

ተወዛዋዥ ወንበር

rocking chair

ባለመደገፊያ ወንበር

armchair

መጽሐፍ

book

ብርድ ልብስ

blanket

ጌጥ

decoration

ማገዶ

firewood

ፊልም

film

የሙዚቃ መሣሪያዎች

hi-fi equipment

ቁልፍ

key

ጋዜጣ

newspaper

ስዕል

painting

የተለጠፈ ማስታወቂያ እንደ ስዕል

poster

ራዲዮ

radio

ማስታወሻ ደብተር

notepad

የአየር ማፅጃ ለምንጣፍ

hoover

ቁልቋል

cactus

ሻማ

candle

ማድቤት

kitchen

ማቀዝቀዣ
fridge
ማይክሮዌቭ ምግብ ማብሰያ
microwave oven
የኩሽና መመዘኛ ሚዛን
ዳቦ መጥበሻ
toaster
ንፁህ ማድረጊያ
detergent
ምድጃ
oven
ማቀዝቀዣ
freezer
የቆሻሻ ማጠራቀሚያ
rubbish bin
እቃ ማጠቢያ
dishwasher

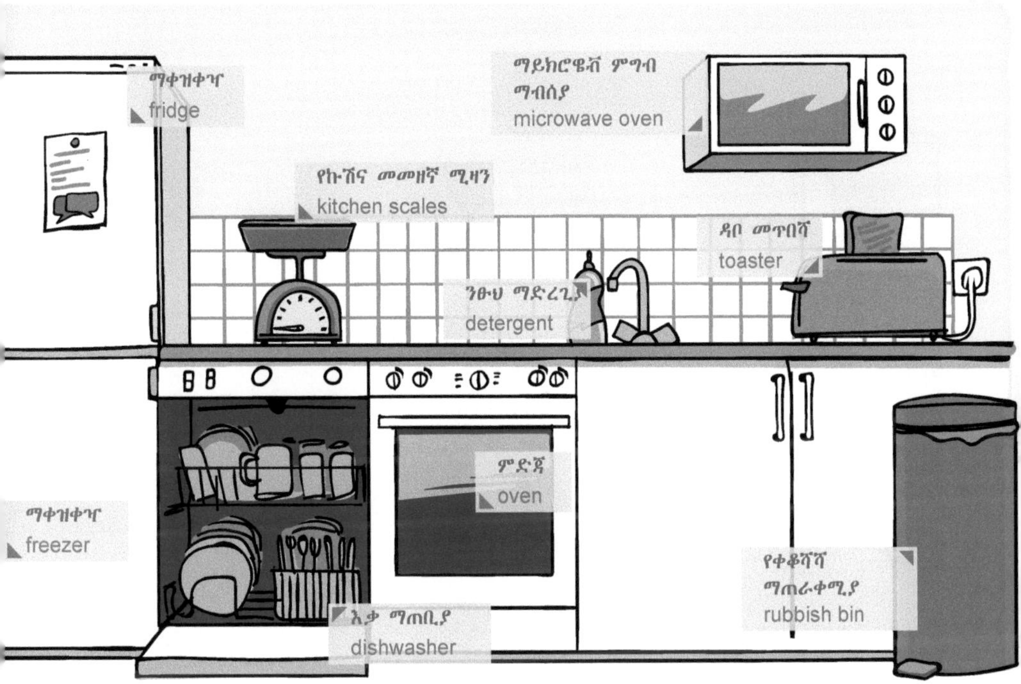

ምግብ አብሳይ

cooker

ማሰሮ

pot

የብረት ማሰሮ

cast-iron pot

ምግብ ማብሰያ ዝርግ ድስት

wok / kadai

የምግብ መጥበሻ

pan

ማንቆርቆሪያ

kettle

የእንፋሎት ማብሰያ

....

steamer

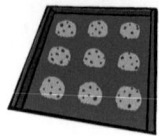

የመጋገሪያ ትሪ

....

baking tray

ሰብስቦች

....

crockery

ትልቅ ኩባያ

....

mug

ጎድጓዳ ሳህን

....

bowl

ቾፕስቲክስ

....

chopsticks

ጭልፋ

....

ladle

መሰቅሰቂያ ዝርግ ማንኪያ

....

spatula

ማደባለቂያ

....

whisk

መወጠሪያ

....

strainer

ወንፊት

....

sieve

መፈርፈሪያ መሳሪያ

....

grater

ሲሚንቶ

....

mortar

የፍም ጥብስ

....

barbecue

የተለቀቀ እሳት

....

open fire

መክተፊያ

chopping board

ተንሸራታች መርፌ

rolling pin

የጠርሙስ መክፈቻ

corkscrew

ጣሳ

can

የጣሳ መክፈቻ

can opener

የማሰሮ መሸፈኛ

pot holder

ሳህን ማጠቢያ

sink

ብሩሽ

brush

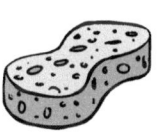

ስፖንጅ

sponge

መደባለቂያ መሳሪያ

blender

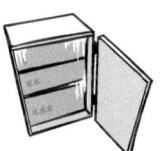

በጣም ማቀዝቀዣ

deep freezer

ጡጦ

baby bottle

ቧንቧ

tap

መታጠቢያ ቤት

bathroom

ማሞቂያ
heating
መታጠቢያ
shower
ፎጣ
towel
የመታጠቢያ ቤት መጋረጃ
shower curtain
የአረፋ መታጠቢያ
bubble bath
የመታጠቢያ ገንዳ
bathtub
ብርጭቆ
glass
የልብስ ማጠቢያ
washing machine
ቧንቧ
tap
ማዕዘን ወለል
tiles
ፖፖ
potty
ሳህን ማጠቢያ
sink

ሽንት ቤት

toilet

የሽንት ቤት መቀመጫ

squat toilet

ሳፋ

bidet

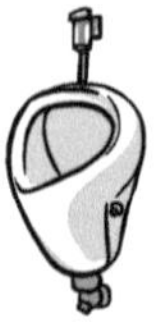

የመንገድ ዳር መሽኛ

urinal

የሽንት ቤት ወረቀት

toilet paper

የሽንት ቤት ማፅጃ ብሩሽ

toilet brush

የጥርስ ብሩሽ

toothbrush

የጥርስ ሳሙና

toothpaste

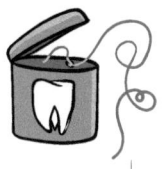

የጥርስ ማፅጃ ክር

dental floss

መታጠብ

wash

የእጅ መታጠቢያ

handheld shower

መታጠቢያ

douche

ጎድጓዳ ሳህን

basin

የጀርባ ብሩሽ

back brush

ሳሙና

soap

መታጠቢያ የሚዝለገለግ ሳሙና

shower gel

የፀጉር መታጠቢያ ሳሙና

shampoo

ለስላሳ ጨርቅ

flannel

ፍሳሽ

drain

ክሬም

cream

ጠረን መቀየሪያ ንጥረ ነገር

deodorant

መስታወት

mirror

የእጅ መስታወት

hand mirror

ምላጭ

razor

የመላጫ አረፋ

shaving foam

ከመላጨት በኋላ የሚቀባ ሽቱ

aftershave

ማበጠሪያ

comb

ብሩሽ

brush

የፀጉር ማድረቂያ

hair dryer

በፀጉር ላይ የሚነፋ

hairspray

የፊት መቀባቢያ

makeup

የከንፈር ቀለም

lipstick

የጥፍር ቀለም

nail varnish

የጥጥ ሱፍ

cotton wool

ጥፍር መቁረጫ

nail scissors

ሽቶ

perfume

ማጠቢያ ባልዲ
washbag

መቀመጫ
stool

ሚዛን
weighing scale

የመታጠቢያ ልብስ
bathrobe

የላስቲክ ጓንት
rubber gloves

ሞዴስ
tampon

የፅዳት ፎጣ
sanitary towel

የሽንት ቤት ኬሚካል
chemical toilet

የልጅ ክፍል

child's room

የማንቂያ ደዉል ሰዐት
alarm clock
የህፃን አሻንጉሊት
cuddly toy
የመጫወቻ መኪና
toy car
ማንገጫገጫ መጫወቻ
rattle
የአሻንጉሊት ቤት
doll's house
ስጦታ
present

ፊኛ

balloon

አልጋ

bed

የህፃን ማንሸራሸሪያ ጋሪ

pram

የካርታ መጫወቻ

deck of cards

ቁርጥራጭ ምስሎችን የማገጣጠም እና ምስል የማግኘት ጨዋታ

jigsaw

አዝናኝ

comic

ተገጣጣሚ መጫወቻ

lego bricks

የመጫወቻ መገጣጠሚያዎች

building blocks

የድርጊት ምስል

action figure

የህፃን እድገት

babygrow

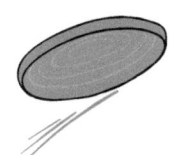

የፕላስቲክ መጫወቻ ዝርግ ሰሀን

frisbee

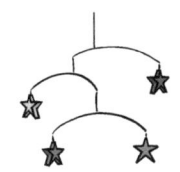

ተወዛዋዥ የህፃን ማጫወቻ

mobile

የሰሌዳ ጨዋታ

board game

የመጫወቻ ጠጠር

dice

የመጫወቻ ባቡር

model train set

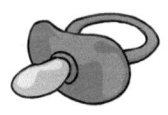

የእንጀራ እናት ጡጦ

dummy

ድግስ

party

የስዕል መፅሀፍ

picture book

ኳስ

ball

አሻንጉሊት

doll

መጫወት

play

የአሸዋ መጫወቻ

sandpit

ዥዋዥዌ

swing

መጫወቻዎች

toys

የቪዲዮ መጫወቻ

video game console

ባለ ሶስት ጎማ ብስክሌት

tricycle

የአሻንጉሊት ድብ

teddy bear

ቁምሳጥን

wardrobe

አልባሳት

clothing

ካልሲዎች

socks

ስቶኪንጎች

stockings

ታይት

tights

የአንገት ልብስ
scarf

umbrella

ክናቴራ
t-shirt

ቀበቶ
belt

ስኒከሮች
trainers

ቦቲ
boots

የቤት ዉስጥ ነጠላ
ጫማ
slippers

ነጠላ ጫማዎች

sandals

ጫማዎች

shoes

የዝናብ ቡትስ

rubber boots

ሙታንታ

underpants

ጡት መያዣ

bra

ሰደርያ

vest

ሰዉነት

body

ሱሪዎች

trousers

ጅንስ

jeans

ጉርድ ቀሚስ

skirt

ሸሚዝ

blouse

ሸሚዝ

shirt

የሚጠለቅ ሹራብ

pullover

ሹራብ

hoodie

ዩኒፎርም ጃኬት

blazer

ጃኬት

jacket

ኮት

coat

የዝናብ ኮት

raincoat

ልብስ

costume

ቀሚስ

dress

የሙሽራ ቀሚስ

wedding dress

ሱፍ

suit

የለሊት ልብስ

nightgown

የለሊት ልብስ

pyjamas

ረጅም ቀሚስ

sari

ሂጃብ

headscarf

ጥምጣም

turban

ቡርቃ

burqa

ሽርጥ

kaftan

አባያ

abaya

የዋና ልብስ

swimsuit

አጭር ቁምጣ

trunks

ቁምጣዎች

shorts

የስራ ቱታ

tracksuit

ሽርጥ

apron

ጓንት

gloves

ቁልፍ

button

መነፅር

glasses

አምባር

bracelet

የአንገት ሀብል

necklace

ቀለበት

ring

የጆሮ ጌጥ

earring

ኮፍያ

cap

የኮት መስቀያ

coat hanger

ኮፍያ

hat

ከረቫት

tie

ዚፕ

zip

የብረት ቆብ

helmet

መደገፊያ

braces

የትምህርት ቤት የደንብ ልብስ

school uniform

የደንብ ልብስ

uniform

መሃረብ

bib

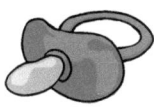

የእንጀራ እናት ጡጦ

dummy

ሽንት ጨርቅ

nappy

ቢሮ

office

ማሰራጫ ጣቢያ
server
የፋይል መደርደሪያ ካቢኔ
filing cabinet
የህትመት መሳሪያ
printer
ወረቀት
paper
መቆጣጠሪያ
monitor
ማዉዝ
mouse
መፃፊያ ጠረጴዛ
desk
ማህደር
folder
የመፃፊ ቁልፎች
keyboard
የቆሻሻ ወረቀት መጣያ ቅርጫት
waste-paper basket
ኮምፒዉተር
computer
ወንበር
chair

የቡና መጠጫ ትልቅ ኩባያ

coffee mug

ማስልያ ማሽን

calculator

ኢንተርኔት

internet

ላፕቶፕ

laptop

ደብዳቤ

letter

መልዕክት

message

ተንቀሳቃሽ ስልክ

mobile

የግንኙነት አዉታር

network

ማባዣ ማሽን

photocopier

ሶፍትዌር

software

ስልክ

telephone

የግድግዳ ሶኬት

plug socket

የፋክስ ማሽን

fax machine

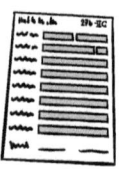

ቅፅ

form

ሰነድ

document

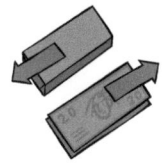

መግዛት

buy

መክፈል

pay

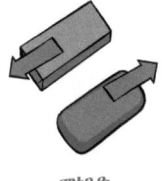

መነገድ

trade

ገ ዘብ

money

ላር

dollar

ዩሮ

euro

የ

yen

ሩብል

rouble

የስዊዝ ፍራ ክ

Swiss franc

ሬ ሚ ቢ ዩዋ

renminbi yuan

ሩጲ

rupee

የገ ዘብ ነጥብ

cashpoint

የዉጭ ገንዘብ ምንዛሪ ቢሮ

bureau de change

ወርቅ

gold

ብር

silver

ዘይት

oil

ሀይል፤ ጉልበት

energy

ዋጋ

price

ግንኙነት

contract

ቀረጥ

tax

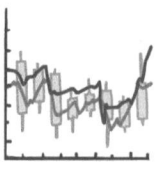

አክስዮን

stock

መስራት

work

ተቀጣሪ

employee

ቀጣሪ

employer

ፋብሪካ

factory

ሱቅ

shop

የስራ ሙያዎች

occupations

የፖሊስ አዛዥ
police officer
የእሳት አደጋ ሰራተኛ
fireman
ምግብ አብሳይ
cook
ዶክተር
doctor
አብራሪ
pilot

አትክልተኛ

gardener

አናጢ

carpenter

ልብስ ሰፊ ሴት

seamstress

ዳኛ

judge

ቀማሚ

chemist

ተዋናይ

actor

የአዉቶቢስ ሹፌር

bus driver

የታክሲ ሹፌር

taxi driver

አሳ አጥማጅ

fisherman

ፅዳት ሰራተኛ

cleaning lady

የጣራ ሰራተኛ

roofer

አስተናጋጅ

waiter

አዳኝ

hunter

ሰዓሊ

painter

ጋጋሪ

baker

የኤሌትሪክ ሰራተኛ

electrician

ገምቢ

builder

መሃሃዲስ

engineer

ልኳንዳ

butcher

የቧንቧ ሰራተኛ

plumber

የፖስታ ሰራተኛ

postman

ወታደር
soldier

መሃንዲስ
architect

የሒሳብ ሰራተኛ
cashier

አበባ ሻጭ
florist

የፀጉር ሰራተኛ
hairdresser

ቲኬት ቆራጭ
conductor

መካኒክ
mechanic

ካፒቴን
captain

የጥርስ ሐኪም
dentist

ተመራማሪ
scientist

መምህር
rabbi

የሙስሊም ሃይማኖታዊ መሪ
imam

መነኩሴ
monk

ካህን
clergyman

መሳሪያዎች

tools

መዶሻ
hammer
ተቆላፊ ጉጠት
pliers
መፍቻ
screwdriver
የመሳሪ መፍቻ
spanner
ባትሪ
torch

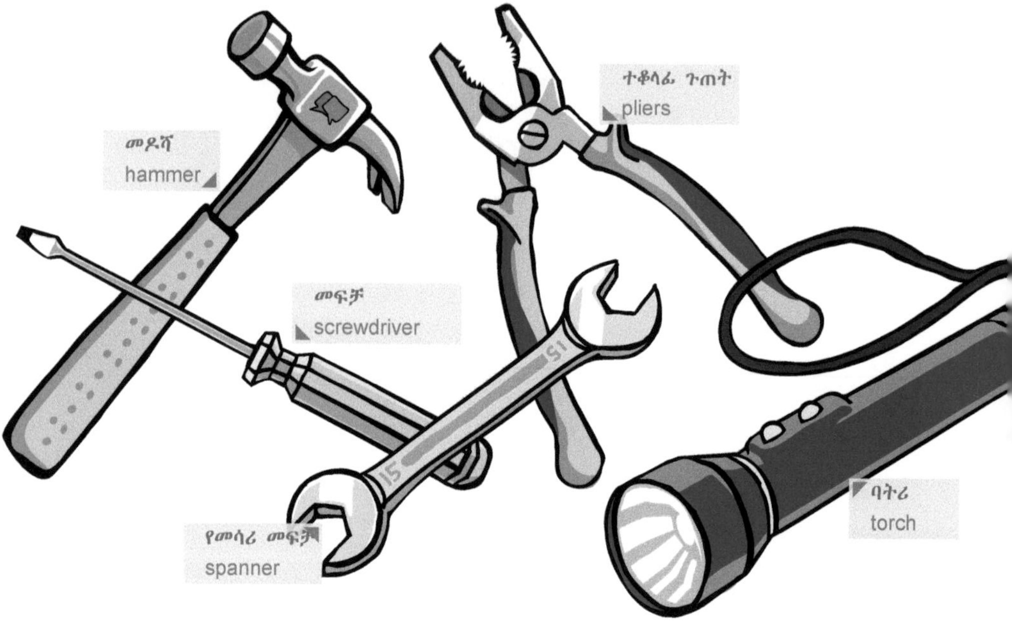

በቁፋሮ የሚዝቅ

digger

የመፍቻ ሳጥን

toolbox

መሰላል

ladder

መጋዝ

saw

ምስማር

nails

መሰርሰሪያ

drill

መጠገን
....
repair

አካፋ
....
shovel

የተረገመ!
....
Damn!

ቆሻሻ ማፈሻ
....
dustpan

የቀለም ቆርቆሮ
....
paint pot

ብሎን
....
screws

የሙዚቃ መሳሪያዎች

musical instruments

የድምፅ ማጉያ
መሳርያ
loudspeaker
የከበሮ መሳሪያዎች
drum kit
ክራር መሰል የሙዚቃ
መሳሪያ
guitar
ድርብ ቤዝ ጊታር
double bass
የትንፋሽ ሙዚቃ
መሳሪያ
trumpet

ፒያኖ

piano

ቫዮሊን

violin

ወፍራም፤ ጎርናና ድምፅ ያለዉ ክራር መሰል ሙዚቃ መሳሪያ

bass

ነጋሪት

timpani

ከበሮ

drums

በኤሌክትሪክ የሚሰራ ፒኖ

keyboard

የትንፋሽ ሙዚቃ መሳሪያ

saxophone

ዋሽንት

flute

የድምፅ ማጉያ

microphone

የደር እንስሳት ማቆያ

ZOO

ነብር
tiger
ሳጥን
cage
መግቢያ
entrance
የሜዳ አህያ
zebra
የእንስሳ ምግብ
animal feed
ትልቅ ድብ
panda

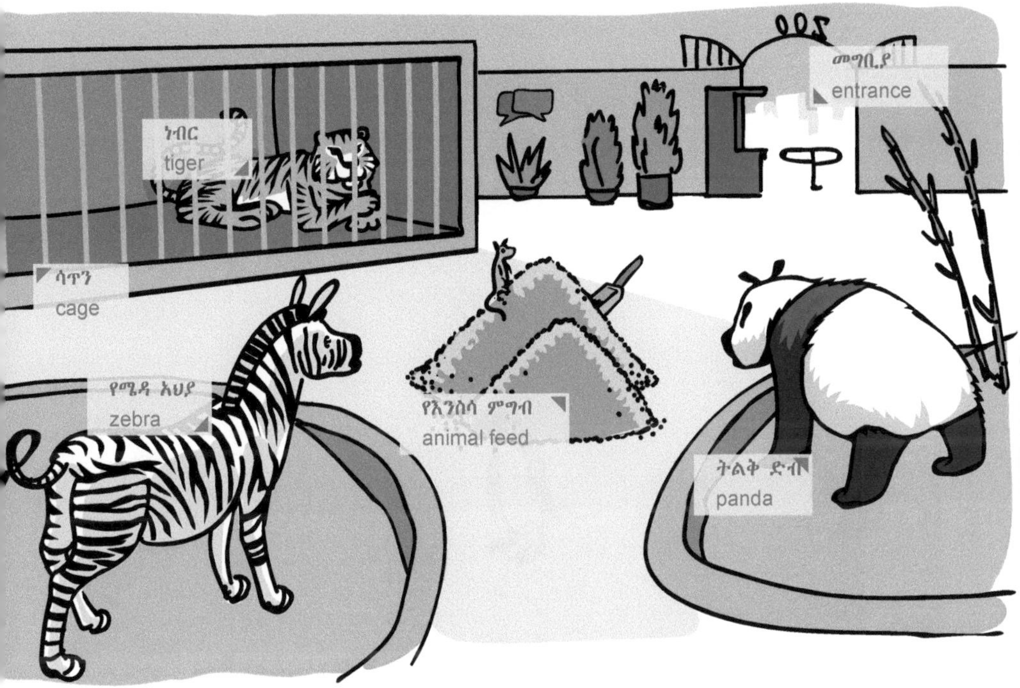

እንስሳቶች

animals

ዝሆን

elephant

ካንጋሮ

kangaroo

አዉራሪስ

rhino

ትልቅ ዝንጀሮ

gorilla

ድብ

bear

ግመል

camel

ሰጎን

ostrich

አንበሳ

lion

ጦጣ

monkey

ቅልጥመ ረዥም ወፍ

flamingo

በቀቀን

parrot

የወዋልታ ድብ

polar bear

የዋልታ ወፎች

penguin

ረጅም ጥርሶች ያሉትአሳ ነባሪ

shark

ጣዎስ

peacock

እባብ

snake

አዞ

crocodile

የዱር አራዊት የሚጠበቁበት ማቆያን የሚጠብቅ

zookeeper

አሳ በሊታ የባህር እንስሳ

seal

የዱር ድመት

jaguar

ድንክ ፈረስ

pony

ነብር

leopard

ጉማሬ

hippo

ቀጭኔ

giraffe

ንስር

eagle

ከርከሮ

boar

አሳ

fish

የባህር ኤሊ

turtle

የባህር አዉሬ

walrus

ቀበሮ

fox

የሜዳ ፍየል፤ ሚዳቋ

gazelle

የስፖርት አይነቶች

sports

የአሜሪካ እግርኳስ
American football
የብስክሌት ስፖርት
cycling
ቴኒስ
tennis
የቅርጫት ኳስ
basketball
ዋና
swimming
የበረዶ ላይ የገና ጨዋታ
ice hockey
የቡጢ ስፖርት
boxing

እግር ኳስ

football

የላበ ኳስ ጨዋታ

badminton

አትሌቲክስ

athletics

የእጅ ኳስ ስፖርት

handball

የበረዶ መንሸራተት ስፖርት

skiing

ፈረስ ግልቢያ

polo

እንቅስቃሴዎች

activities

መዝለል
jump
ማቀፍ
hug
መሳቅ
laugh
መራመድ
walk
መዘመር
sing
ህልም ማለም
dream
መፀለይ
pray
መሳም
kiss

መፃፍ

write

መሳል

draw

ማሳየት

show

መግፋት

push

መስጠት

give

መዉሰድ

take

መያዝ

have

ማድረግ

do

መሆን

be

መቆም

stand

መሮጥ

run

መሳብ

pull

መወርወር

throw

መዉደቅ

fall

መዋሸት

lie

መጠበቅ

wait

መሸከም

carry

መቀመጥ

sit

መልበስ

get dressed

መተኛት

sleep

መንቃት

wake up

መመልከት

look at

ማለልቀስ

cry

መጫር

stroke

ማበጠር

comb

ማዉራት

talk

መረዳት

understand

ጥያቄ

ask

ማዳመጥ

listen

መጠጣት

drink

መብላት

eat

ማንፃት

tidy up

ማፍቀር

love

ምግብ ማብሰል

cook

መንዳት

drive

መብረር

fly

መርከብ መንዳት
....
sail

ቁጥሮችን ማስላት
....
calculate

ማንበብ
....
read

መማር
....
learn

መስራት
....
work

ማግባት
....
marry

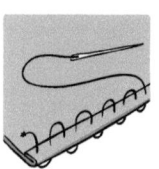

መስፋት
....
sew

ጥርስ መቦረሽ
....
brush teeth

መግደል
....
kill

ማጨስ
....
smoke

መላክ
....
send

ቤተሰብ
family

የሴት አያት
grandmother
የወንድ አያት
grandfather
አባት
father
እናት
mother
ህፃን
baby
ሴት ልጅ
daughter
ወንድ ልጅ
son

እንግዳ
....
guest

አክስት
....
aunt

አጎት
....
uncle

ወንድም
....
brother

እህት
....
sister

አካል

body

ግንባር
forehead
አይን
eye
ትከሻ
shoulder
ጣት
finger
ፊት
face
አገጭ
chin
እጅ
hand
ጡት
breast
እግር
leg
ክንድ
arm

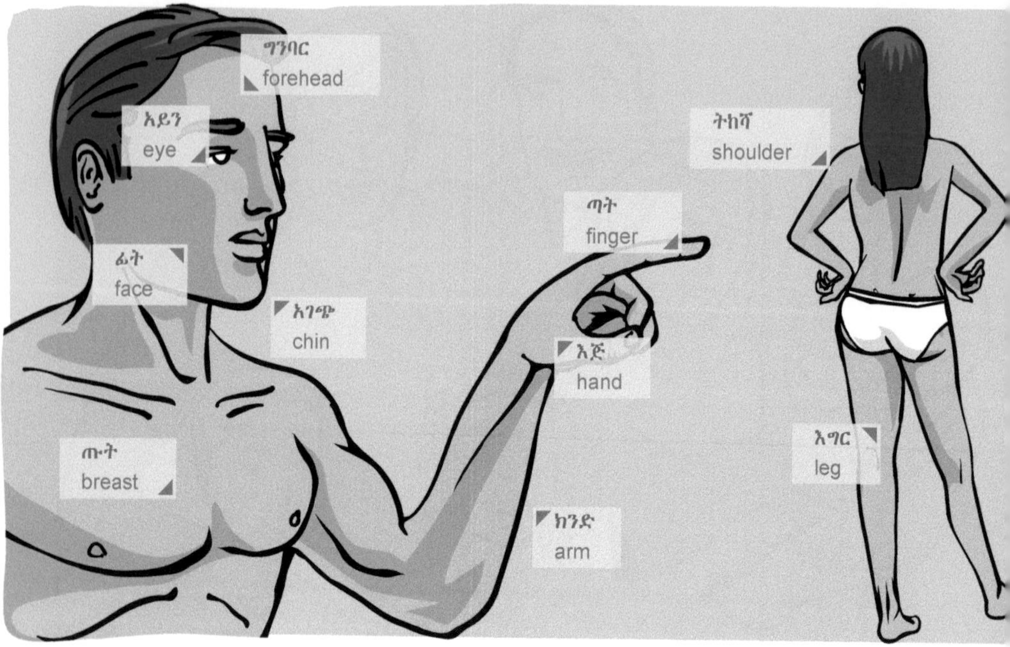

ህፃን

baby

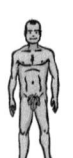

ሰዉ

man

ሴት

woman

ልጃገረድ

girl

ወንድ ልጅ

boy

ራስ

head

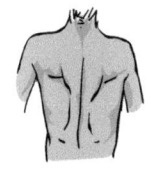

ጀርባ

back

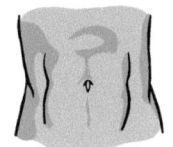

ሆድ

belly

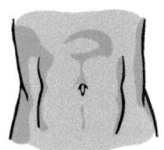

እምብርት

belly button

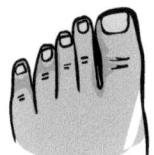

የእግር ጣት

toe

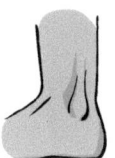

ተረከዝ

heel

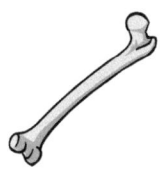

አጥንት

bone

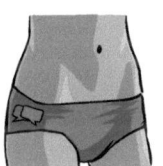

ዳሌ

hip

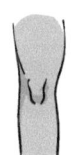

ጉልበት

knee

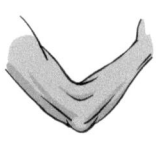

ክርን

elbow

አፍንጫ

nose

ቂጥ

bottom

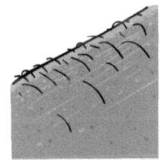

ዳ

skin

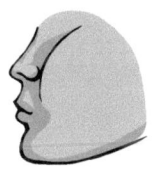

ጉንጭ

cheek

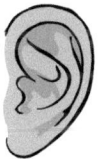

ጆሮ

ear

ከንፈር

lip

አፍ

mouth

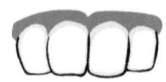

ጥርስ

tooth

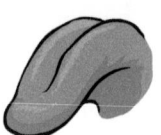

ምላስ

tongue

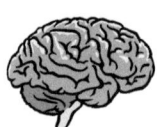

አንጎል

brain

ልብ

heart

ጡንቻ

muscle

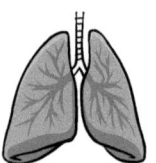

ሳምባ

lung

ጉበት

liver

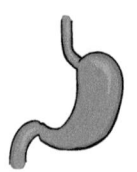

ሆድ

stomach

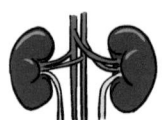

ኩላሊቶች

kidneys

የግብረስጋ ግንኙነት

sex

ኮንዶም

condom

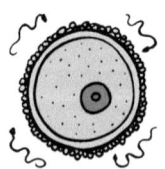

የሴት እንቁላል

ovum

የዘር ፈሳሽ

semen

እርግዝና

pregnancy

አካል - body

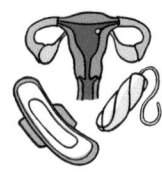

የወር አበባ

menstruation

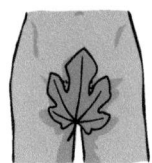

እምስ

vagina

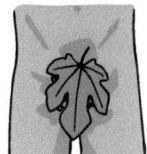

ቁላ

penis

ቅንድብ

eyebrow

ፀጉር

hair

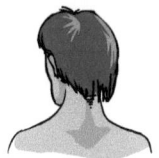

አንገት

neck

ሆስፒታል
hospital

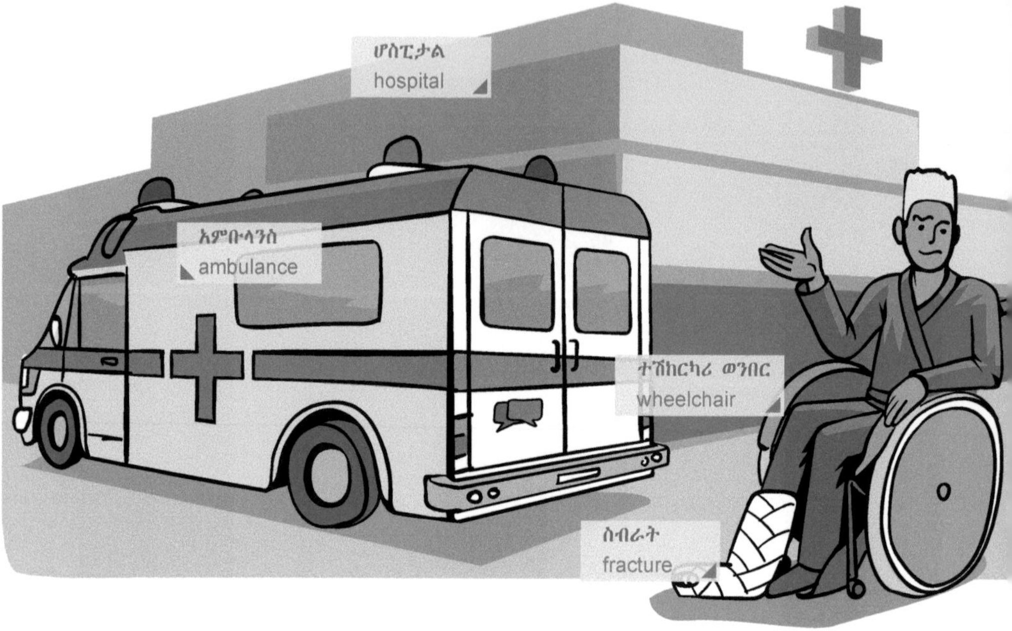

ሆስፒታል
hospital
አምቡላንስ
ambulance
ተሽከርካሪ ወንበር
wheelchair
ስብራት
fracture

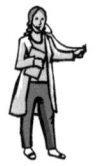

ዶክተር
doctor

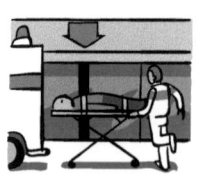

ድንገተኛ ክፍል
emergency room

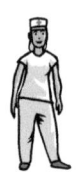

ነርስ
nurse

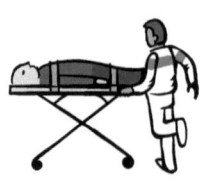

ድንገተኛ
emergency

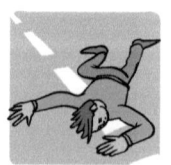

ራስን መሳት/ አለማወቅ
unconscious

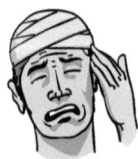

ህመም
pain

ጉዳት

injury

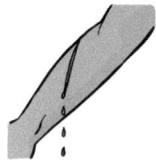

መድማት

bleeding

የልብ ድካም

heart attack

ስትሮክ

stroke

አለርጂ

allergy

ሳል

cough

ትኩሳት

fever

ኢንፍሉዌንዛ

flu

ተቅማጥ

diarrhoea

የራስ ምታት

headache

ካንሰር

cancer

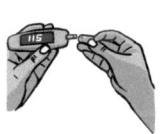

የስኳር በሽታ

diabetes

ቀዶ ጠጋኝ ሐኪም

surgeon

የቀዶ ጥገና ስለት

scalpel

ቀዶ ጥገና

operation

ሲቲ

CT

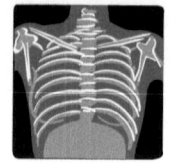

ኤክስሬዩ

x-ray

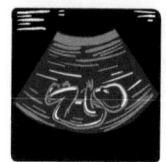

አልትራሳዉንድ

ultrasound

የፊት ጭምብል

face mask

በሽታ

disease

መጠበቂያ ክፍል

waiting room

ምርኩዝ

crutch

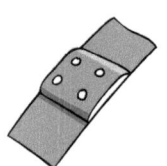

የቁስል ማሸጊያ

plaster

ፋሻ

bandage

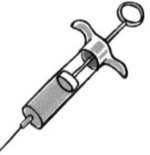

መርፌ

injection

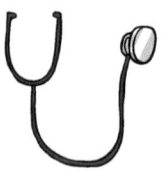

የልብ ምት ማዳመጫ መሳሪያ

stethoscope

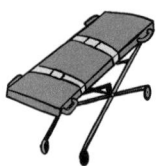

የበሽተኛ አልጋ

stretcher

የህክምና ሙቀት መለኪያ መሳሪያ

clinical thermometer

መውለድ

birth

ከልክ ያለፈ ክብደት

overweight

ለመስማት የሚረዳ መሳሪያ

hearing aid

ፀረ ተባይ መድሀኒት

disinfectant

ማመርቀዝ

infection

ቫይረስ

virus

ኤች አይቪ ኤድስ

HIV / AIDS

ህክምና

medicine

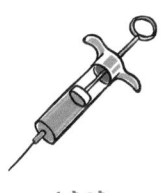

ክትባት

vaccination

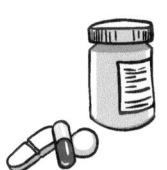

ኪኒን

tablets

ኪኒን

pill

አስቸኳይ የስልክ ጥሪ

emergency call

ደም ግፊት መቆጣጠሪያ

blood pressure monitor

ህመም/ ጤንነት

ill / healthy

emergency

እርዳታ!

Help!

ማንቂያ ደዉል

alarm

ጥቃት

assault

ድብደባ

attack

አደጋ

danger

የድንገተኛ መዉጫ

emergency exit

እሳት!

Fire!

እሳት ማጥፊያ

fire extinguisher

አደጋ

accident

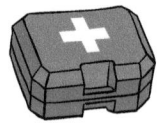

የመጀመሪያ እርዳታ መድሃኒት መያዣ

first-aid kit

ነፍስ አድን

SOS

ፖሊስ

police

ምድር
Earth

አዉሮፓ

....

Europe

ሰሜን አሜሪካ

....

North America

ደቡብ አሜሪካ

....

South America

አፍሪካ

....

Africa

እስያ

....

Asia

አዉስትራለ ያ

....

Australia

አትላንቲክ

....

Atlantic

ፓስፊክ

....

Pacific

የህንድ ዉቅያኖስ

....

Indian Ocean

አንታርክቲክ ዉቅያኖስ

....

Antarctic Ocean

አርክቲክ ዉቅያኖስ

....

Arctic Ocean

ሰሜን ዋልታ

....

North Pole

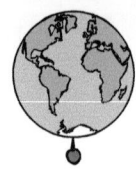

ደቡብ ዋልታ

South Pole

አንታርክቲካ

Antarctica

ምድር

Earth

መሬት

land

ባህር

sea

ደሴት

island

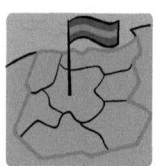

አገርና ህዝብ

nation

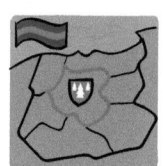

መንግስት

state

ሰዓት

clock

የሰዓት ገፅታ

clock face

ሰዓት

hour hand

ደቂቃ

minute hand

ሴኮንድ

second hand

ስንት ሰዓት ነው?

What time is it?

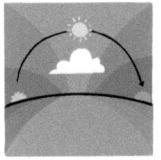

ቀን

day

ጊዜ

time

አሁን

now

የቁጥር ሰዐት

digital watch

ደቂቃ

minute

ሰዓታት

hour

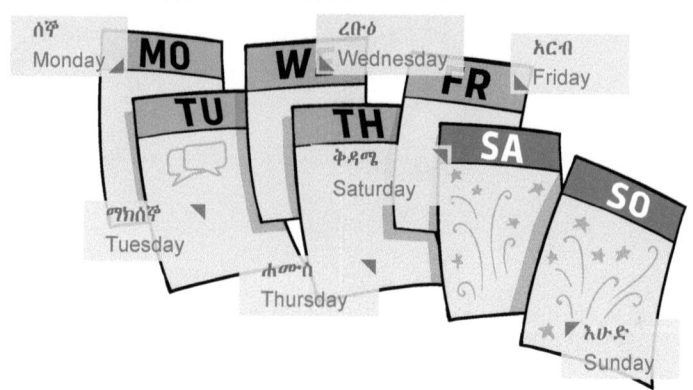

ሳምንት

week

ሰኞ
Monday
MO
ረቡዕ
Wednesday
W
Friday
FR
TU
TH
ቅዳሜ
Saturday
SA
SO
ማክሰኞ
Tuesday
ሐሙስ
Thursday
እሁድ
Sunday

TUE
MON
1

ትላንት

yesterday

TUE
2

ዛሬ

today

TUE
3

ነገ

tomorrow

ማለዳ

morning

ቀትር

noon

ምሽት

evening

MO TU WE TH FR SA SU
1 2 3 4 5 6 7
8 9 10 11 12 13 14
15 16 17 18 19 20 21
22 23 24 25 26 27 28
29 30 31 1 2 3 4

የስራ ቀናት

business days

MO TU WE TH FR SA SU
1 2 3 4 5 6 7
8 9 10 11 12 13 14
15 16 17 18 19 20 21
22 23 24 25 26 27 28
29 30 31 1 2 3 4

የዕረፍት ቀናት

weekend

ዝናብ
rain
ቀስተ ዳመና
rainbow
ጥጥ የሚመስል አመዳይ
በረዶ
snow
wind
ፀደይ
spring
በጋ
summer
መኸር
autumn
ክረምት
winter

4.APRIL 11°
5.APRIL 4°
6.APRIL 13°
7.APRIL 8°
8.APRIL 10°

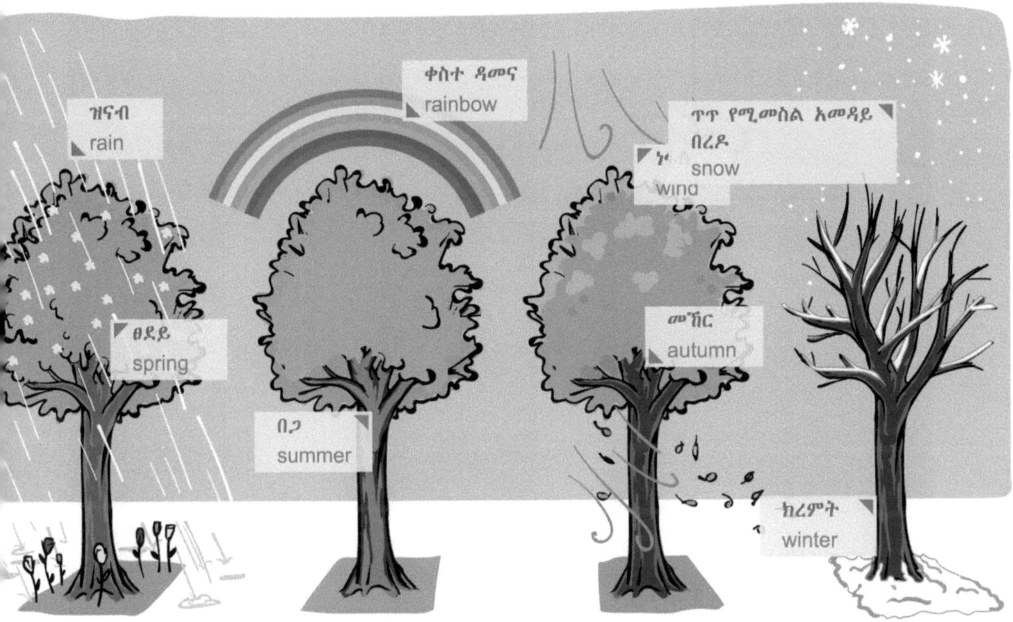

የአየር ሁኔታ ትንበያ

weather forecast

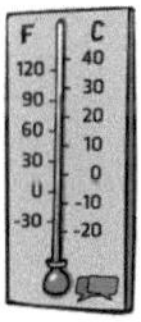

የሙቀት መለኪያ

thermometer

የፀሀይ ሙቀት

sunshine

ደመና

cloud

ጭጋግ

fog

እርጥበታማነት

humidity

መብረቅ

lightning

ነጎድጓድ

thunder

አዉሎ ንፋስ

storm

የበረዶ ዝናብ

hail

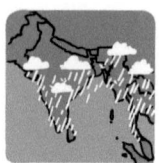

አዉሎ ንፋስ

monsoon

ጎርፍ

flood

በረዶ

ice

ጥር

January

የካቲት

February

መጋቢት

March

ሚያዚያ

April

ግንቦት

May

ሰኔ

June

ሐምሌ

July

ነሀሴ

August

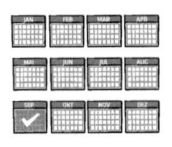

መስከረም

September

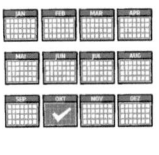

ጥቅምት

October

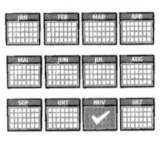

ህዳር

November

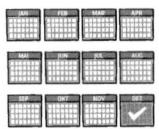

ታህሳስ

December

ቅርፆች

shapes

ክብ

circle

አራት ማዕዘን

square

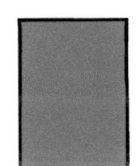

አራት ቀጥተኛ ማዕዘኖች ጎኖች ያሉት ቅርፅ

rectangle

ሶስት ማዕዘን

triangle

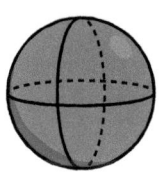

ሉል

sphere

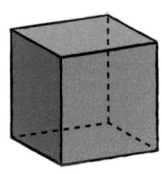

ስድስት ጎን ያለዉ ቅርፅ

cube

ቀለማት

colours

ነጭ
....
white

ቢጫ
....
yellow

ብርቱካናማ
....
orange

ሮዝ
....
pink

ቀይ
....
red

ወይን ጠጅ
....
purple

ሰማያዊ
....
blue

አረንጓዴ
....
green

ቡኒ
....
brown

ግራጫ
....
grey

ጥቁር
....
black

ብዙ/ ጥቂት

a lot / a little

ንዴት/ እርጋታ

angry / calm

ቆንጆ/ አስቀያሚ

beautiful / ugly

ጅማሬ/ ፍፃሜ

beginning / end

ትልቅ/ ትንሽ

big / small

ደማቅ/ ደብዛዛ

bright / dark

ወንድም/ እህት

brother / sister

ንፁህ/ ቆሻሻ

clean / dirty

የተሟላ/ ያልተሟላ

complete / incomplete

ቀን/ ምሽት

day / night

የሞተ/ ህያዉ

dead / alive

ሰፊ/ ጠባብ

wide / narrow

የሚበላ/ የማይበላ

edible / inedible

ክፉ/ ደግ

evil / kind

ደስተኛ/ ድብርተኛ

excited / bored

ወፍራም/ ቀጭን

fat / thin

መጀመርያ/ መጨረሻ

first / last

ጓደኛ/ ጠላት

friend / enemy

ሙሉ/ ጎዶሎ

full / empty

ጠንካራ/ ለስላሳ

hard / soft

ከባድ/ ቀላል

heavy / light

ረሃብ/ ጥማት

hunger / thirst

ህመም/ ጤንነት

ill / healthy

ህገወጥ/ ህጋዊ

illegal / legal

ጎበዝ/ ደደብ

intelligent / stupid

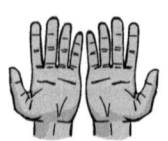

ግራ/ ቀኝ

left / right

ቅርብ/ ሩቅ

near / far

አዲስ/ አሮጌ

new / used

ምንም/ የሆነ ነገር

nothing / something

ሽማግሌ/ ወጣት

old / young

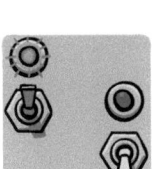

የበራ/ የጠፋ

on / off

ክፍት/ ዝግ

open / closed

ፀጥታ/ ጫጫታ

quiet / loud

ሃብታም/ ደሃ

rich / poor

ትክክለኛ/ የተሳሳተ

right / wrong

ሻካራ/ ለስላሳ

rough / smooth

ሐዘን/ ደስታ

sad / happy

አጭር/ ረዥም

short / long

ዝግተኛ/ ፈጣን

slow / fast

እርጥብ/ ደረቅ

wet / dry

ሞቃት/ ቀዝቃዛ

warm / cool

ጦርነት/ ሰላም

war / peace

ተቃራኒዎች - opposites

ቁጥሮች

numbers

0	1	2
ዜሮ	አንድ	ሁለት
zero	one	two
3	4	5
ሶስት	አራት	አምስት
three	four	five
6	7	8
ስድስት	ሰባት	ስምንት
six	seven	eight
9	10	11
ዘጠኝ	አስር	አስራ አንድ
nine	ten	eleven

12

አስራ ሁለት

twelve

13

አስራ ሶስት

thirteen

14

አስራ አራት

fourteen

15

አስራ አምስት

fifteen

16

አስራ ስድስት

sixteen

17

አስራ ሰባት

seventeen

18

አስራ ሰስምንት

eighteen

19

አስራ ዘጠኝ

nineteen

20

ሃያ

twenty

100

መቶ

hundred

1.000

ሺህ

thousand

1.000.000

ሚሊዮን

million

ቋንቋዎች

languages

እንግሊዝኛ

English

የአሜሪካ እንግሊዝኛ

American English

የቻይና ማንዳሪን

Chinese Mandarin

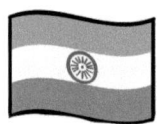

ሂንዱ

Hindi

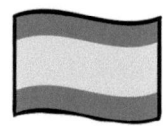

ስፓኒሽ

Spanish

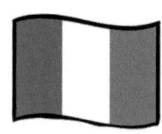

ፍሬንች

French

አረብኛ

Arabic

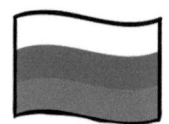

ራሺያኛ

Russian

ፖርቹጊዝ

Portuguese

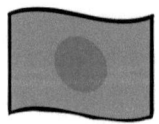

ቤንጋሊ

Bengali

ጀርመን

German

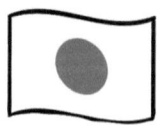

ጃፓንኛ

Japanese

ማን/ ምን/ እንዴት

who / what / how

እኔ

I

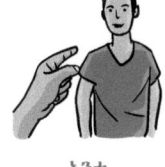

አንተ

you

እሱ/ እርሷ/ እቃዉ

he / she / it

እኛ

we

አንተ

you

እነርሱ

they

ማን?

who?

ምን?

what?

እንዴት?

how?

የት?

where?

መቼ?

when?

ስም

name

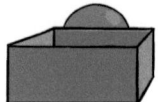

የት

where

በስተጀርባ

behind

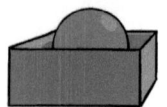

ዉስጥ

in

ከፊት ለፊት

in front of

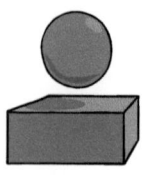

ከላይ

over

ላይ

on

ከስር

under

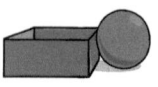

አጠገብ

beside

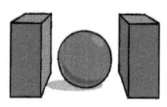

መሃከል

between

ቦታ

place